gallina

gà mái

gallo

gà trống

pollito

gà con

patito

vịt con

pavo

gà tây

burro

lừa

cisne

thiên nga

rana

ếch

mapache

gấu mèo

oso

gấu

ardilla

sóc

mosca

ruồi

mariquita

bọ rùa

gusano

giun

caracol

ốc sên

babosa

sên

abeja

ong

araña

nhện

escarabajo

bọ cánh cứng

libélula

chuồn chuồn

león

sư tử

cebra

ngựa vằn

jirafa

hươu cao cổ

rinoceronte

tê giác

serpiente

rắn

mosquito

muỗi

tortuga marina

rùa biển

hipopótamo

hà mã

caimán

cá sấu

cocodrilo

cá sấu

tiburón

cá mập

morsa

hải mã

pingüino

chim cánh cụt

oso polar

gấu trắng

foca

hải cẩu

estrella de mar

sao biển

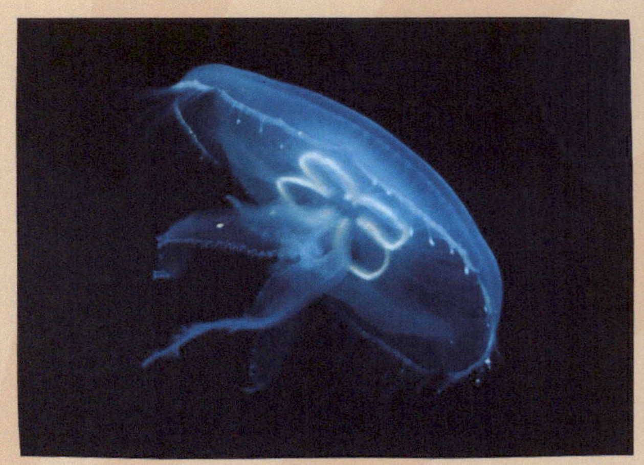

medusa

sứa

conchas marinas

vỏ sò

pluma

lông vũ

11

once

mười một

12

doce

mười hai

13

trece

mười ba

14

catorce

mười bốn

15

quince

mười lăm

16

dieciséis

mười sáu

17

diecisiete

mười bảy

18

dieciocho

mười tám

19

diecinueve

mười chín

20

veinte

hai mươi

corazón

trái tim

óvalo

trái xoan

flecha

mũi tên

creciente

hình lưỡi liềm

curva

đường cong

espiral

xoắn ốc

cruz

gạch chéo

zigzag

ngoằn ngoèo

arcoíris

cầu vồng

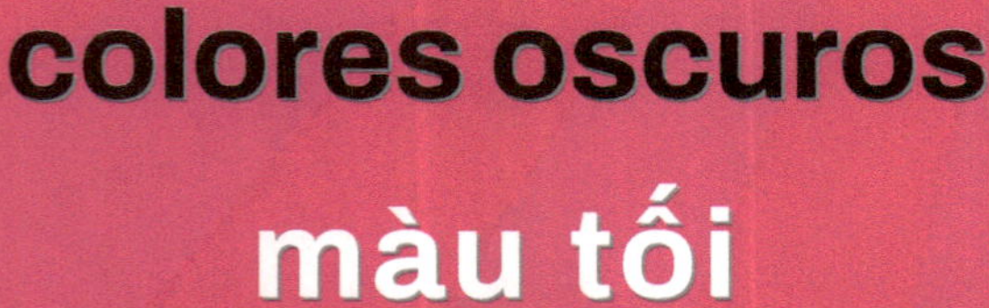

colores oscuros

màu tối

colores claros

màu sáng

puntos
dấu chấm

línea
đường thẳng

alto
cao

bajo
thấp

un poco

mọt chút

mucho

nhiều

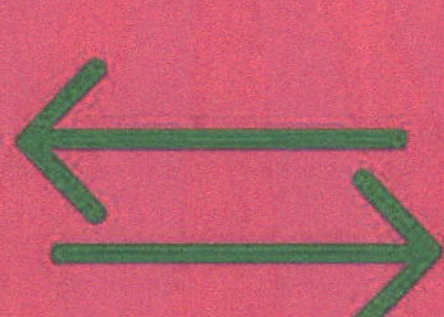

lleno

đầy

vacío

không có gì

cabello rizado

tóc xoăn

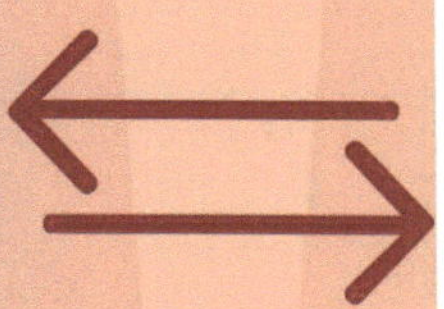

cabello liso

tóc thẳng

aceptar

chấp nhận

rechazar

từ chối

idéntico

giống hệt nhau

diferente

khác nhau

seco

khô

mojado

ướt

juguetes

đồ chơi

bloques

khối

pelota

bóng

robots

người máy

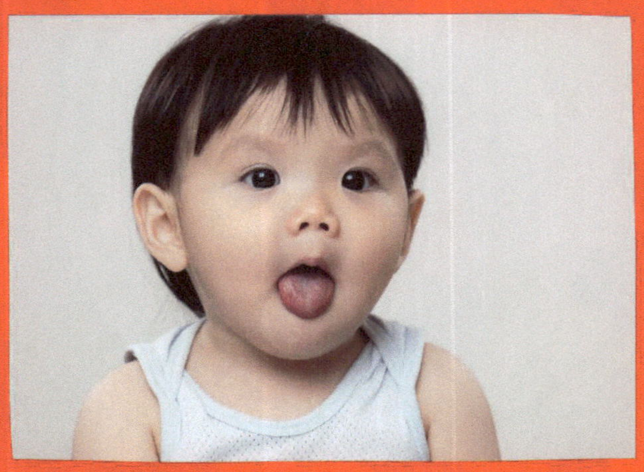

lengua

lưỡi

nariz

mũi

cabello

tóc

bigote

ria mép

dedos

ngón tay

brazo

cánh tay

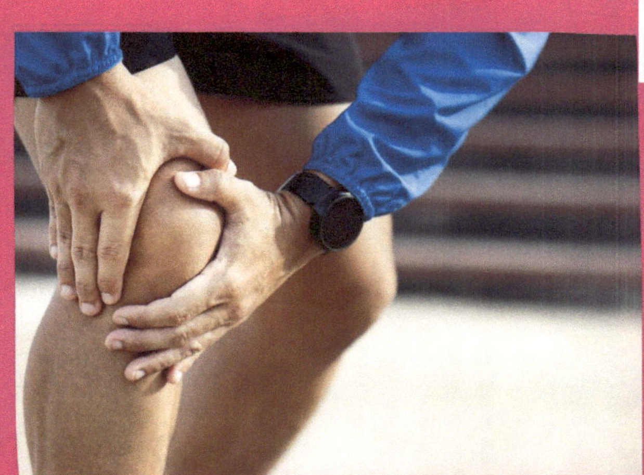

rodilla

đầu gối

codo

khuỷu tay

sonreír

cười

beso

hôn

llorar

khóc

dolor

đau

cuerpo

thân người

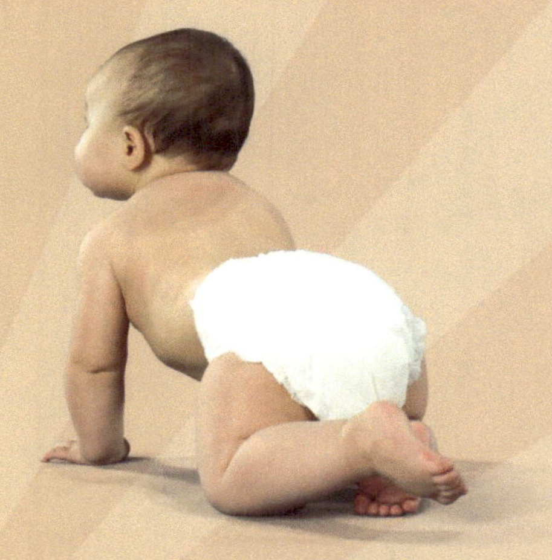

espalda

lưng

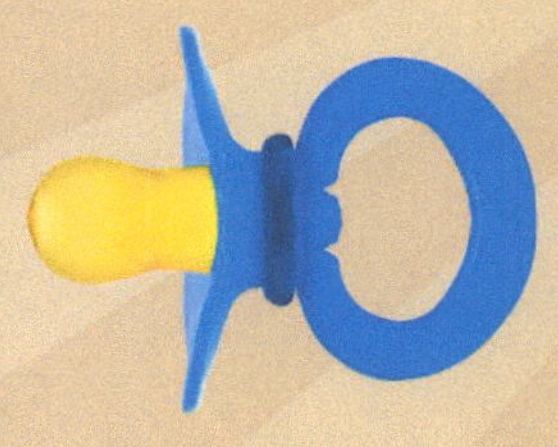

chupete

núm vú giả

trona

ghế cao

jabón

xà phòng

cepillo de dientes

bàn chải đánh răng

toalla

khăn tắm

orinal

bô

anillo

nhẫn

pulsera

vòng tay

collar

vòng cổ

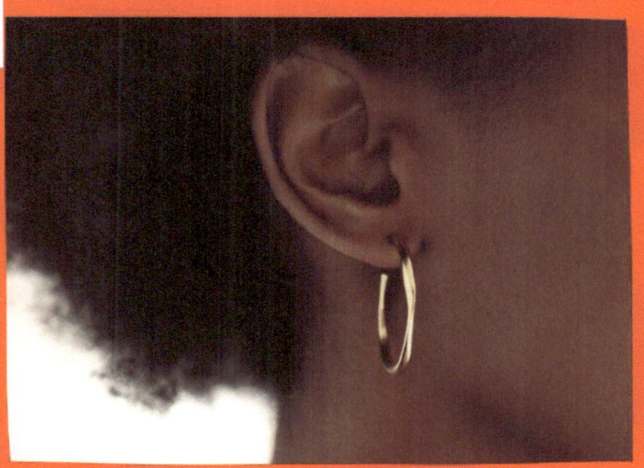

pendiente

bông tai

chocolate

sô cô la

palomitas

bắp rang bơ

mermelada

mứt

tostada

bánh mì nướng

miel

mật ong

mantequilla

bơ

pan

bánh mì

helado

kem

sémola

semolina

arroz

cơm

pasta

mì Ý

sopa

canh súp

leche

sữa

agua

nước

zumo

nước vắt

kiwi

kiwi

frambuesa

mâm xôi

pomelo

bưởi

melón

dưa lưới

ciruela

mận

albaricoque

mơ

granada

lựu

higo

sung

arándano

việt quất xanh

arándano

nam việt quất

caqui

quả hồng

lichi

vải thiều

frutas

trái cây

verduras

rau

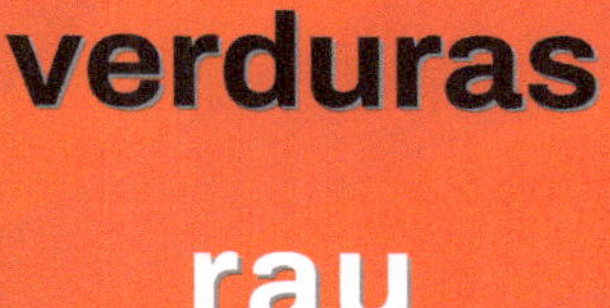

aguacate

bơ

judía verde

đậu xanh

brócoli

bông cải xanh

berenjena

cà tím

guisantes

đậu hà lan

pimiento

ớt chuông

remolacha

củ cải đường

lechuga

xà lách

endivia

rau diếp quăn

alcachofa

atisô

puerro

tỏi tây

cebolla

hành tây

ajo

tỏi

jengibre

gừng

nueces

quả óc chó

almendra

hạnh nhân

pistacho

dẻ cười

anacardo

hạt điều